கவிதைச்சோலை
இளமை கனவு
ILLAMAI KANAVU

தணிகாசலன்

Made with ♥ on the Notion Press Platform
www.notionpress.com

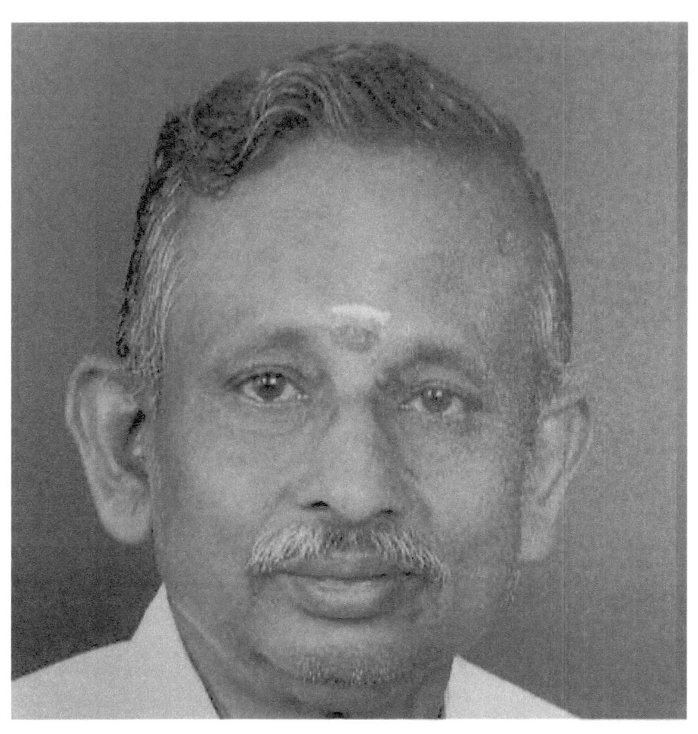

Appa I Miss You!!!

என் கவிதைகளின் கண் திறந்த முதல் ஒளி, என்
எண்ணங்களின் வானம் காணப்பட்ட முதல் நிழல், என்
பருவ வெயிலுக்கு சீற்றம் தந்த முதல் மழை— அவை

எல்லாம் என் தந்தை **விஸ்வேஸ்வரன்**.

அவரின் ஆதரவும், இல்வாழ்க்கையின் சுதந்திரமும்,
கல்லூரிப் பருவத்தில் நான் விதைத்த கவிதைமலர்களுக்கு
நீர் ஊற்றியது.

இன்று, அந்த மலர்கள் ஒரு நூலாக, உலகத்தை
அணைந்து நிற்கிற போது, அவைகளை அவருக்கு
சமர்ப்பிக்கிறேன்—— அவன் பொன் மைந்தனாய், அவன்
நினைவின் நிழலாய்.

பொருளடக்கம்

• v •

அணிந்துரை

பருவ காலம்——— காதலும் கனவுகளும் குழப்பத்தையும் கொண்டிருந்த காலம். நாம் பல்வேறு உணர்வுகளால் தூண்டப்பட்டு, பல செயல்களைச் செய்தோம், பின்னாளில் எது தவறு? எது சரி? என்று உணர்ந்தோம்.

அந்த பருவத்தினில் மனதை வடிக்க, கவிதைகள் எழுதிய அந்த இளமை——— அவை இன்று ஒரு தொகுப்பாக நம் முன்னே.

"கவிதைச்சோலை" என் கனவு பதிப்பு

இளமை தரும் அனுபவங்களை, உணர்வுகளின் உச்சங்களை, தவறுகளின் திடுக்குகளை, சரியான வழியினை தேடிய கனவுகளை, உங்கள் இதயத்திற்குத் தருகிறேன்.

இந்த நூலைத் திறக்கும் போது, உங்கள் சிறுவயது மீண்டும் நினைவுகளாக எழும் என்பதில் என்னால் சந்தேகமே இல்லை.

நன்றி

இந்த "கவிதைச்சோலை" என் கனவுகளை உலகத்துடன் பகிர்ந்த ஒரு சிறப்பு பயணம். இந்தப் பயணத்தில், எனக்கு ஆதரவை வழங்கிய என் குடும்பத்தினருக்கு என்றென்றும் நன்றி.

என் தந்தை விஸ்வேஸ்வரன் — அவர் இல்லை என்றாலும், அவரின் ஆதரவும், சுதந்திரமும் என் கவிதைகளில் ஒளியாக இருக்கின்றன.

என் தாய் ஞானாம்பாள் — அவரின் அன்பும், ஆதரவும் என் எழுத்தின் ஆதாரமான பௌர்ணமி நிலவு.

என் மனைவி சந்தியா — என் கனவுகளை புரிந்து என் பயணத்திற்கு வலிமை சேர்த்ததற்கான உறுதியான கயம்.

என் மகள் உதன்யா & என் மகன் மாதேஸ்வரன் — அவர்களின் உயர்வான பார்வையும், மனத்தளவான உற்சாகமும் எனக்கு என்றும் தேவை.

இந்த புத்தகம் உங்கள் அன்பிற்கு ஒரு சிறிய நன்றி... ஆனால் உங்களுடைய அர்ப்பணிப்பு என்றும் மிகப்பெரிய துணாக இருக்கும்!

இளமை கனவு

<u>நீ பிறக்கையில்</u>

அழகென்ற வார்த்தை உருவானது,

நீ பிறக்கையில் ;

மயிலுக்கும் அதன் கர்வம் குறைந்தது,

நீ பிறக்கையில் ;

பூவின் மனம் தோற்றது,

நீ பிறக்கையில் ;

வானவில்லும் ஆச்சரியப்பட்டது,

நீ பிறக்கையில்;

குயிலின் குரலே தோற்றது,

நீ பிறக்கையில் !!!

<u>வசந்த காலம் !!!</u>

என் உயிர்

உன்னோடு பேசும் ஒவ்வொரு மணித்துளியும்,

எனக்கு வசந்த காலம்!!!

உன்னை பாராமல் கழிக்கும் நேரம்,

எனக்கு கார்காலம் !!!

கார்காலமே எனக்கு வசந்தகாலம் ஆனதும் ,

உன்னால் ;

வசந்த காலமே எனக்கு கார்காலம் ஆனதும் ,

உன்னால்;

காலங்கள் மாறலாம் என் காதல் மாறாது;

வருடங்கள் முடியலாம் என் கவிதை முடியாது;

மலருக்கு கொண்டாட்டம் வசந்த காலத்தில் – என்

மனதுக்கு கொண்டாட்டம் நீ பழகும் நேரத்தில் !!!

என் உயிர்

உன்னை மலர் என்றேன்,

மலரெல்லாம் தான் அழகு என்று கர்வம் கொண்டது !!!!

உன்னை மயில் என்றேன்,

மயில் எல்லாம் உன்னை பார்த்து பரவசமடைந்தது !!!

உன்னை குயில் என்றேன்,

குயில் எல்லாம் உன் குரலைக் கேட்டு உருகி நின்றது !!!

உன்னை மான் என்றேன் ,

மான் எல்லாம் உன்னை பார்த்து துள்ளி குதித்தது!!!

உன்னை பெண் என்றேன் ,

பெண்கள் எல்லோரும் பெண்மையை உணர்ந்தனர்!!!

உன்னை என் உயிர் என்றேன் என் உயிரை மட்டும் நீ உணராதது
ஏனோ!!!

<u>முட்கள்</u>

நான் வரும் பாதையில் பூக்களாய்

மலர்வேன் என்று சொன்னாய் ;

நான் பாதையை கடந்த பிறகு,

என் கால் எங்கும் ரத்தம்;

நீ மலர்ந்தது மலராய் அல்ல முட்களாய் !!!

கண்களே கண்களே !!

கண்களே கண்களே அவளைப் பார்க்காதே !!!

நெஞ்சமே நெஞ்சமே அவளை நினைக்காதே !!!

உடைந்த கண்ணாடி போல் என் மனம்;

சிதறி போனது மறுபடியும் இணைப்பது இயலாது ;

சுட்டெரிக்கும் சூரியன் எரிகிறது என் நெஞ்சத்தில் உன் நினைவால் ;

தடுபுடலாய் திருமணம் நாளை உனக்கு ;

தடுபுடலாய் மேலும் இன்று எனக்கு ஏனெனில் நான் பிணம்!!!

நிலவே மௌனம் !!

நிலவே உன்னை நினைத்து ;

அறவே இல்லை உறக்கம் !!

உறவே நீ என்னை வெறுத்த போது ,

உயிரே நின்றது எனக்கு!!!

மலரே உன் மௌனம் பார்த்து ;

மனமே உடைந்தது எனக்கு !!!

நீ நிலவு போன்றவள்; ஆனால் நான் நிலவை விட வேகமாய்
தேய்கிறேன்,

உன் மௌனத்தால்!!!

இன்றே சொல்லிவிடும் முடிவை; என்றோ நான் கேட்ட கேள்விக்கு?

கத்தியை விட கூர்மையானது உன் மௌனம்; குத்தி குத்தி கிழிக்கிறது
என் இதயத்தை !!!

உன் குரல் !!!

மணியோசை என் காதுகளுக்கு எட்டவில்லை ;

உன் குரல் ஓசை குயில் ஓசையாய் ஒலிக்கிறது !!

மழைத்துளி சிதறுவதால் வானத்தில் வானவில்!!!

உன் மணித்துளியில் சிதறுவதால் என் இதயத்தில் வானவில் !!!

<u>தாடி!!!</u>

ஆடிக்கு பின்னால் ஒரு ஆவணி ,

எந்தன் தாடிக்கு பின்னால் ஒரு தாவணி !!!

<u>உயிர் கொடுப்பாய் !!!</u>

நான் செவிடன்,

உன் குரல் மட்டும் கேட்பதால் ;

நான் குருடன்,

உன்னை மட்டும் பார்ப்பதால் ;

நான் கை இல்லாதவன்,

உனக்கு மட்டும் கவிதை எழுதுவதால் ;

நான் கால் இல்லாதவன்,

உன்னை சுற்றி நடப்பதால் ;

நான் உயிரற்றவன்,

உன்னை மட்டும் சுவாசிப்பதால்;

என்னோடு பேசி என்னை செவியுள்ளவனாய் மாற்றினாய்;

என்னை பார்த்து கண்ணுலவனாய் மாற்றினாய்;

எனக்காக எழுதி எனக்கு கை கொடுத்தாய்;

என்னோடு நடந்து எனக்கு காலுக்கு காலனாய் ;

இனி என்னையே சுவாசித்து எனக்கு உயிர் கொடுப்பாயே !!!

<u>மின்னலே !!</u>

மின்னல் தாக்கி கண் போனது அவனுக்கு !!!

உன் கண்கள் தாக்கி நெஞ்சம் உடைந்து போனது எனக்கு!!!

காதல் கண்களில் ஆரம்பித்து நெஞ்சத்தில் முடிவது என்பார்கள்!!
நெஞ்சத்தில் ஆரம்பித்து பின் நெஞ்சத்திலே முடிந்தது அவனுக்கு!!!

கண்களில் ஆரம்பித்து பின் கண்களில் முடிந்தது எனக்கு?!

குருடனாய் இருந்தும் கண்களாய் அவள் அவனுக்கு !!!

கண்ணிரண்டும் குருடன் வாழ்க்கை அமைந்தது எனக்கு?!

மிருகமே !!!

சுட்டெரிக்கும் சூரியனை வயிற்றில் பதித்து;

துயில் இருக்கும் பார்வையை கண்களில் கொண்டு ;

எட்டுத்திக்கும் சிதறும் மனதைக் கொண்டு ;

பிறர் அளிக்கும் சுயநலத்தை தொட்டுக்கொண்டு ;

சிங்க நடை போட்டுக்கொண்டு செல்லும் மானிடா நீ உண்மையில்
மிருகமே!!!

<u>பஞ்சபூதம் நிலம் நீர் காற்று மேகம் நெருப்பு</u>

நிலம் கூட வரம் வாங்கியது டி உன் நிழலை சுமப்பதால் !!!

நீ சுவாசித்த காற்றை நான் சுவாசித்தால் புனிதன் இல்லையேல்
மனிதன் !!!

மழையே என்மேல் உனக்கென்ன வஞ்சம் அவளைத் தொட்டு தொட்டு
உன் வஞ்சம் தீர்த்தாயே !!!

அவளை தொடரும் மேகமே நீ எனக்கு அவள் முகவரி தர மாட்டாயா ???

அவள் குளிர் காயின் நெருப்பு கூட எனக்கு குளிரடிக்கிறது ஏன்???!!!

தேவதையை கண்டேன் !!!

நிலவைப் பெண்ணென்று சொல்வதை விட,

நீ என்று சொன்னால் அது நிலவுக்கே பெருமை!!!

என் குருதி தோற்று தடி பெண்ணே ,

உன் உதட்டின் சிறப்புக்கு முன்னால் !!

ஆயிரம் சூரியன்கள் என் கண்களை கூசவில்லை,

ஆனால் உன் நேர்பாவை என் கண்களை கூசுகிறது !!!

உன் அழகைக் கண்ட பொறாமையில் தான்,

அந்த நிலவு கூட தெரிகிறதோ?!!

பிறகு உன்னை வெல்ல அது வளர்ந்தாலும்,

என்றும் உனக்கே வெற்றி!!!

பிரம்மன் இரவில் வெளிச்சம் போதவில்லை என்று ,

இருநிலவை படைத்தானோ உன்னையும் சேர்த்து !!

அன்பே சிவம்

கடிக்கும் எறும்பை காப்பது அன்பு ;

துடிக்கும் உயிரை காப்பது அன்பு;

வெடிக்கும் மனதை சேர்ப்பது அன்பு ;

குளுக்கும் துயரம் துடைத்தால் அன்பு;

பழுக்கும் மரத்தை வெட்ட அன்பு ;

உனக்கும் எனக்கும் உள்ள நட்பில் அன்பு ;

பிறந்த குழந்தை சிரித்தால் அன்பு ;

மதங்கள் அழிந்திட உதவும் அன்பு ;

பிளவு முறிந்த உதவும் அன்பு ;

உலகம் முழுவதும் இணைந்திட அன்பு ;

உலக பண்பு வளர்ந்திட அன்பு;

அன்புடன்

நட்புக்காக துயர் துடைப்பதற்காக

நண்பா,

உன்னைப் பிரிந்த காலம் அது;

சூரியனை என் அருகில் உணர்ந்தேன்;

உணவு இரண்டும் உண்ண மறந்தேன்;

உயிர் இரண்டும் உணர்வை மறந்தேன்;

இச்சூழ்நிலையில் , உனக்கு ஒரு துயரம் ;

நியத் துயரத்தால் துக்கப்படும் போது, நான் தூக்கில் நிலப்பட்டேன்!!!

உன் கண்ணிலோ கண்ணீர், அதை பார்த்து என் கண்களில் ரத்த கண்ணீர் !!! அன்றுதான் உணர்ந்தேன், உன்னை பிரிவதை விட உயிர் விடுவதே மேல் !!! ஆனால் என் உயிர் நீ இருப்பதால் உயிர் விடுவதற்கு கூட எனக்கு உரிமை இல்லையடா !!!

எனவே உன் நட்பை மீண்டும் பற்றினேன்,

உன் துயர் துடைப்பதற்காக!!!

நட்புடன்

பார் போற்றும் பாரதம் !!!

பண்பாடு என்றால் பாரதம் — அது

பார் போற்றும் பாரதம் ;

அன்பு பிறந்த இடம் பாரதம் - எங்கள்

தெம்பை வளர்த்தது பாரதம்;

வீரம் விளைந்த மண் பாரதம் — நல்ல

வீரம் உள்ளவர்கள் வாழ்ந்த பாரதம்!!!

கருணைக்கு மறு பெயர் பாரதம் - உயர்ந்த

கவிஞர்கள் தந்த பாரதம் !!!

பக்தியை பெருக்கிய பாரதம் - நல்ல

பகுத்தறிவு புகுத்திய பாரதம்!!!

பொறுமையை கற்றுத் தந்த பாரதம் — எங்கள்

காந்தி பிறந்த பாரதம்!!!

மொழிகள் பல கொண்ட பாரதம்-

மிகப் பழமை வாய்ந்த பாரதம்!!

இப்படிக்கு இந்தியன்

<u>வேற்றுமையில் ஒற்றுமை</u>

மொழிகள் மாறலாம் -எங்கள்

பேச்சு ஒன்று தான்;

மதங்கள் மாறலாம்- எங்கள்

மனங்கள் ஒன்றுதான்;

இடங்கள் மாறலாம்- எங்கள்

இதயம் ஒன்று தான் ;

பண வசதி மாறலாம் -எங்கள்

பண்பு ஒன்றுதான்;

உடைகள் மாறலாம்- எங்கள்

உள்ளம் ஒன்றுதான்;

நாகரிகம் மாறலாம் - எங்கள்

நட்பு ஒன்றுதான் ;

மாநிலங்கள் மாறலாம் -ஆனால் எங்கள்

உணர்வு இந்தியர் என்று தான்!!!

ஆசை

மார்கழி காலையில், சூரியன் பனித்துளியை

உருக்கும் வேளையில் !!

துடிக்கும் கடமையுடன் குளிக்கும் தேனுடன்

மலரும் பூவை ரசிப்பதை போல் ,

குளித்த கையுடன் நெற்றியில் பொட்டுடன் ,

கூந்தலை பிரிய மனமின்றி நிற்கும் நீர்த்துளியுடன்,

செதுக்கிய சிலையாய், குடிக்கும் இளமையுடன்,

தாமரை முகத்துடன் வரும் பெண்ணே!!!

கொதிக்கும் பார்வையில் பாராமல்,

அழகிய பூவை படரும் மெல்லிய தென்றலை போல,

மெல்லிய பார்வையால் உன்னை ரசித்த பொழுது,

துல்லிய மின்சாரம் என் இதயத்தில் தாக்கி,

என் எல்லை மீறச் செய்ததை கவிதையில்!!!!!

மன்னிப்புடன்

பிரம்மனிடம் சில கேள்விகள்?

பிரம்மா உன் திறமையை கண்டு வியந்தேன் ,

அவளைப் பார்த்த பின்பு தான்;

இதுவரை பிறந்த பெண்களிடம் இல்லாதது;

இனிமேல் பிறக்கும் பெண்களிடம் இருப்பது கடினம் ;

ஏனெனில் பிரம்மா உன் திறமையின் எல்லை அது!!!

கருவிழியை படைக்கும் பொழுது

பன்னீர் திராட்சையை நினைத்தாயோ !!!

அவள் முகத்தை படைக்கும் போது

பெளர்ணமி நிலவை நினைத்தாயோ !!

அவள் கூந்தலை படைக்கும் பொழுது

கார்மேகத்தை நினைத்தாயோ !!!

அவள் இணLயை படைக்கும் போது

கஞ்சத்தன்மை பற்றி நினைத்தாயோ!!

மொத்தத்தில் அவளை படைக்கும் போது

என்னை மட்டும் நினைத்தாயோ !!!

தேவதையை கண்டேன் II

'என்னவெல்லாம் இல்லை திரு நாட்டில் என் கையை ஏந்த வேண்டும் வெளிநாட்டில்'- என்று உன்னை கண்டு தான் சொல்லி இருப்பார்களோ !!!

உன்னை கண்டிருந்தால் கிளியோபாட்ராவும் தூக்கு போட்டு இருப்பார்கள் உன் முன்னே அவர்கள் அசிங்கமாய் தெரிவதால்!!!

உலகில் உள்ள அத்தனை தங்கமும்-

உன் முன்னே பொலிவிற்று போகிறது

உலகில் உள்ள அத்தனை வைரமும்

உன் முன்னே மின்னுவதில்லை

சிற்பத்தை கண்டு பெருமை அறிந்தேன்

உன்னை கண்டு சிற்பத்தையே அறிவேன்

உன் ஒரு பார்வை பட்டதற்கு இன்னும் எழுதிக் கொண்டிருக்கிறேன்

நீ என்றும் பார்த்துக் கொண்டே இருந்தால்?!!!

மதுவும் மாதுவும்

விஷம் அருந்துவதை உணர நீ காதலித்துப்பார் !!

விசிதில் கூட உடனே முடிவு அந்தோ -அது இல்லையடா காதல் !!!

சிரிப்பில் போதை ஏற்றி பேச்சிலே உணர்வை வளர்த்து,

அழகிலே என்னைக் கவர்ந்த பின்னே!!!

பருகினால் போதை ஏறும் பழகினால் உணர்வு வளரும்

அருந்தினால் மனமும் மகிழும் அது மது என்று சொல்வதை விட
மாது என்று சொல்வதே சரி !!!

இரண்டும் கொஞ்சம் கொஞ்சமாய் கொள்வதால் மதுவும் மாதுவும்
ஒன்றுதான்!!

தவறு

தவறை உணர நீ தவறு செய் !!

நெருப்பை உணர நீ நெருப்பை தொடு!!

தீ என்றால் அது சுட்டு விடாது

தவறு என்றால் அது மனதில் புரிந்து விடாது !!!

ஆதாம் செய்த தவறுதான் இவ்வுலகம் !!

மேகம் செய்த தவறுதான் மழை!!

ஒவ்வொரு தவறும் உன் எதிர்காலம் தவறாமல் இருக்க உதவும்
அடித்தளம் ; உயிரே aல்லை என்று ஒவ்வொரு தோல்வியிலும்
போராடு ,

அதுவே உன் தவறை தவறாக்கும் கூப்பாடு!!!

மூச்சு உள்ளவரை தான் இதயம் துடிக்கும் ,

எனவே முழுமூச்சோடு இன்றே போராடு !!!

போராடினால் உன் மூச்சு நின்ற பின்னும்

இவ்வுலகம் உன்னை பாராட்டும் !!!

<u>தேவதையை கண்டேன் III</u>

காவலர்கள் அருகே செல்லாதே பெண்ணே,

அவர்கள் உன்னை கைது செய்வார்கள்!!

உன் கண்கள் அவர்களுக்கு போதை பொருளாய் தெரிவதால்!!

ஆம் உன் அழகிய பார்வை தரும் போது எந்த மதுவும் தராதடி பெண்ணே !!

உலகில் உள்ள எல்லா கனி ரசமும் உன் இதழில் தான் உள்ளதோ ,

நான் சுவைக்க சுவைக்க சுவைக்க சுவை குறையவே இல்லையே !!!

பூவை போல் மென்மையானவர்கள் பெண்கள் என்பது பொய்?!!

என்று உன்னைத் தொடும் போது தான் உணர்ந்தேன்!!!

ஆம் பூவை விட மென்மையானதடி உன் தேகம்!!

பள்ளத்தாக்கில் சொர்க்கம் என்று கவிதை

எழுத செய்து விட்டாயே என்னை இது நியாயமா?!!!

அழகு என்ற மதம் ஒன்று இருந்தால் அதில் நீதான் அடி கடவுள்!!!

காதல் தோல்வி !!!

பிறப்பை போல் இறப்பை போல் காதலும் ஒரு முறை தான்,

என்றான் ஒரு கவிஞன்- ஆனால்

உனக்கு மட்டும் பல பிறப்புகளும் இறப்புகளும் காதலில் வந்தது ஏனோ ?!!

பெற்றோரை எதிர்க்க இயலாமல் என்னை மறந்து இருந்தால்,

என் தாடிக்கு பெருமை சேர்த்திருப்பாய் !!!

, ஆனால் மாற்றானை விரும்புவதற்காக என்னை மறந்தமையால்

இந்த தாடிக்கு ஈழக்கை தேடி தந்தாயே!!!

இன்று இறந்த பிணத்தைப் பார்த்து,

நாளை இறக்கும் பிணங்கள் அழுவது போல் !!

என்னை பார்த்து சிரிக்கும் உன் இன்றைய காதலனை எண்ணி
பரிதாபப்படுகிறேன் !!!

என் துன்பத்தில் இன்பம் காண்கிறாய், என் முயற்சிக்கு

தடை விதித்து நீ முன்னேறுகிறாய்!!

மனம் என்ற குரங்கை தாவ விட்டுள்ளாய்

அது உன்னை அழித்துவிடும் இனி என் வாழ்வில் எனக்கு என்றும்
இல்லை துணை

, அதுவே புனிதமான என் காதல் உனக்கு அளிக்கும் தண்டனை!!!
கண்ணீருடன்

<u>தேவதையை கண்டேன் IV</u>

மழை வரும் நேரம், வானவில் தோன்றும்;

மழையின்றி வருமே வானவில் அழகே நீ வந்தால்!!!

ஒருவேளை உன்னை கண்டதும் அந்த வானமே வெட்கத்திற்குமோ?!!

பெண் மயிலை கவர ஆண்மையில் தோகை விரித்து ஆடுமாம்;
பெண்மயிலே இல்லாத போதும் அது தோகை விரிக்கும் உன்னை
கண்டால்!!

பெண்ணே உன்னை கவர அந்த மயிலும் கூட தவமிருக்கும் !!

உன் புன்னகைக்கு ஈடு இல்லை ஒரு புன்னகை அந்த புன்னகை
என்னை நோக்கி வந்தால் நின்றிடும் என் சிந்தனை!!!

வெளிநாட்டவர்கள் உன்னை கண்டிருந்தால் அழகுக்கு உன் பெயர்
வைத்திருப்பர் , உன் உடல் அழகை கண்டு வியந்து பணக்கார
நாடியது என்று அறிவித்திருப்பர் !!!

திருடுவது தவறு என்று தெரிந்திருந்தும் என் இதயத்தை ஏனோ திருடி
விட்டாய்!! அதனால் உன்னை அழகினை என் விழி இரண்டில் திருடி
விட்டேன் பின்னே உறக்கத்தை அன்றிலிருந்து மறந்து விட்டேன்!!!

<u>காதல் வெற்றி!!!</u>

உலகம் எங்கும் காதல் என்ற மதம் தோன்ற வேண்டும்

அதில் நீயும் நானும் தெய்வங்களாய் ஆக வேண்டும்!!!

அந்த உலகின் காதலின் சின்னமாய் நம்மையே அறிவிக்க வேண்டும்!!!

நம் காதலின் கதையே காதலர்களின் காவியமாக வேண்டும்!!!

நம் காதல் கவிதைகள் காதலின் தேசிய கீதம் ஆக வேண்டும்!!!

நமது காதலின் புனிதத்தை அறிந்து தான் நாம் காதலர்களாக அறிவித்த தினத்தையே காதலர் தினமாக மக்கள் கொண்டாடுகிறார்கள்!!!

இனி நம் திருமண நாளிலேயே காதலின் வெற்றி நாளாக கொண்டாடட்டும் !!

காதலியானால்!!!

நீ கூந்தலில் வைக்கும் பூவுக்கும் உயிருள்ளதடி

இல்லையேல் என்னை போல் அந்த வண்டும் உன்னை சுற்றமோ?

ஒருவேளை உலகிலேயே மிக சுவையான தேன் நீ என்பதை அது அறிந்திருக்குமோ?!!

நீ என்னுடன் பேசும் வாய்ப்பை வரமாக நினைக்கிறேன்!!!

நீ என்னை பார்த்து சிரிக்கும் தருணத்தை தவமாக நேசிக்கிறேன்!!!

நீ என்னை பாராட்டும் பொழுது வானத்தைத் தொடுகிறேன் இப்படி இருக்க,

நீ என் காதலியானால் பிறவிப் பயனே முடிந்தது என கருதுவேன்!!!

உலகின் எல்லா ஆண்களும் துரதிஷ்டசாலியாவார்கள் நீ என் காதலியானால்!!!!

உலகின் எல்லா பெண்களும் பொறாமை எரிமலை ஆவார்கள் நீ என் சேவைகளைப் பெறும்போது!!

உலகில் பூக்கள் என்றும் வாடாமல் இருக்கும் நீ என்றும் என்னால் சிரித்துக் கொண்டே இருக்கும் பொழுது!!

உலகில் எல்லா கடவுளும் அவதரிப்பார்கள் நீ என் மனைவியாகும் போது!!!

கல்யாணமாம் கல்யாணம்!!!

கல்யாணமாம் கல்யாணம்!!!, நிம்மதிக்கு முற்றுப்புள்ளி வைக்க ஒரு வைபோகம்!!!

கண்களில் நீர் வர கண்டிருப்போம் முன்பு, ஆனால் ரத்தம் வர
காண்போம் பின்பு!!

சுதந்திரமாய் பறந்திருப்போம் அன்று, அந்த வார்த்தையையே
மறந்திருப்போம் இன்று!!!

செலவுகள் செய்ய தடை இல்லை அப்போ, செலவுகள் செய்தால் இடி
விலகும் இப்போ!!

இரவு தாமதமானாலும் அன்று உண்டு வீடு, இன்றும் உண்டு வீடு
ஆனால் இல்லை சோறு!!!

சுகம் என்ற ஒன்றுக்காகத்தான் கல்யாணம் என்றால், அதை கடை
தெருவிலேயே வாங்கி இருப்பேனே?!!

வம்சவிருத்திக்காக தான் கல்யாணம் என்றால், அதை அனாதை
விடுதலையே முடித்து இருப்பேன்!!

வாழ்க்கை என்ற தேடலில் திருமணம் என்பது கரையா? அலை யா ?
கரையினில் வந்து சேருவேன் அலையெனில் எதிர்நீச்சல் இடுவேன்
ஆக திருமணமே ஓர் தேடல்!!

<u>பிக் பாக்கெட் திருடன்</u>

வேணாம் வேணாம் இந்த பிழைப்பு வேணாம்!!!

ஒரு முனையில் பறிக்கிறாய் மறுமுனையில் நான் தவிக்கிறேன்!!!

கூட்டமான பேருந்தில் ஏறுபவன் சீமானும் அல்ல அவர்களிடம்
பறிக்கும் நீயும் சாமானியவன் அல்ல!!!

உன் வித்தைகள் வேறு திசையில் இருந்திருந்தால் இன்று நீ
படிப்பவனும் அல்ல என் சிந்தைகள் வேறு திசையில் இல்லாமல்
இருந்திருந்தால் இன்று நான் பறி கொடுப்பவனும் அல்ல

பச்சை குருதிக்கு கிடைத்த வெகு மானியங்களையும்!!

பரீட்சைக்கு செலுத்தவிருக்கும் சன்மானங்களையும்!!

பசியை போக்கவிருக்கும் சில்லறைகளையும்!!!

ஏழை நோய்களைத் தடுக்கும் படங்களையும் – நீ பறிக்கிறாய்?

அந்த வெகுமானத்தால் உன் குருதி சுரக்குமோ?

அந்த சன்மானத்தால் உன் மகன் கல்வி தான் உயருமோ?

அந்த சில்லறையால் உன் குடும்ப பசிப்பிணி தான் தீருமோ?

அந்தப் பணத்தால் உன் தாயின் நோய் தான் குணமாகும்? எதுவும்
நடக்காது!!

<u>காதலே கடவுள் !!!</u>

சிறிய தூரம் கூட நடக்க யோசிப்பவன் நான்,

உன் நினைவிருந்தால் ஒரு நாள் முழுக்க நடக்கிறேன்!!!

மருத்துவர் ஆனியன் கையெழுத்தில் அன்று

ஓவியன் ஆக்கினாய் கையெழுத்தில் இன்று!!

மழையில் கூட கோயிலில் ஒதுங்கியதில்லை அன்று மழை வந்தால்
கூட கோயிலுக்கு செல்கிறேன் இன்று!!!

காதல் வந்தால் இத்தனை மாற்றமா?

வேறுபாடுகளை ஒழிக்கும் அன்பை பரப்பும்

தீய எண்ணத்தை அழிக்கும் சக்திதான் காதல்!!!

என்னை கவிதை எழுத தூண்டியதும் அக்காதல் தான் ஆக காதலே
கடவுள்!!

<u>நடிப்பு</u>

உன் புன்னகையால் வெடி வெடிக்கிறாய் டா!!

நின்று கொண்டே இருப்பவனே என் அருகிலும் மனதிலும் இடம் காலியாக இருப்பதைக் கண்டாயா!!

வானத்தில் பறந்தேன் நீ காதல் சொன்னபோது !!!

ஏற்க முடியாதது போல் நடித்தேன் நீ கெஞ்சும்போது!!

நீ என்னை வர்ணிக்கும் போது ஆயிரம் பட்டாம்பூச்சிகள் மனதில் !!!!!

அதை காட்டினால் எல்லை மீறி விடுவோமோ என்று அச்சம் மனதில்!!

புன்னகை அரசனே என் கதாநாயகனே உன் இதழ் பேச மட்டும் தானா?

24 மணி நேரத்தில் 25 மணி நேரம் உன்னையே நினைக்கிறேன் அது ஏன்?

<u>இக்கால முதலிரவு</u>

காதலனாய் இருந்து கணவனாய் மாறிய முதல் இரவு

காதலாய் இருந்த போதும் இல்லை இந்த படபடப்பு

காதலியாய் இருந்து மனைவியாய் மாறி நீ வரும்பொழுது

பரிச்சையில் வினாத்தாள் கிடைக்கும் தருணமாய் மாறியது என் சூழல்

என் கற்பனை ஆறு தான் வற்றியதோ

நீ காதலியா இருந்த போதே உன் அழகை புகழ்ந்து தீட்டு
விட்டேனோ

என்னை பற்றி நீயும் உன்னை பற்றி நானும் நன்கு அறிந்திருந்தும்

அறியாதவர்கள் போல் காட்டும் இந்த மௌனம் தான் ஏனோ?

நம் வருங்காலத்தைப் பற்றி பேசலாம் என்று எண்ணிய என்
எண்ணத்திற்கு தடை போட்டுதடி உன் கட்டழகு

உச்சி முதல் பாதம் வரை உன்னை கண்டிருந்தும்

முதல் முதலாய் காண்பது போல் சூடேறுகிறது

மௌனத்தை கலைத்தேன் ஆனால் உறவாடியது உன் இதழ் என்
இதழ் மட்டுமே!!

என் கற்பனை வளர வளர அதை உன் எண்ணம் ஒத்துப் போனது

ஆம் இதுவும் நமக்கு ஒன்றாம் இரவு தான் 21 ஆம் இரவு !!

<u>நட்பு</u>

உறவுகள் பல உண்டு உலகில் அவை நட்பை போல் சிகரமாகாது எளிதில்!!

உறவுகள் அனைத்திற்கும் உண்டு அளவுகோல் நட்புக்கு தேவை இல்லையே அந்த அடிமை கொள்!!!

தந்தை மகனின் உறவில் தோன்றலாம் நட்பு

கணவன் மனைவி வாழ்விலும் உண்டு நட்பு

ஆக உறவுகளிடத்தில் உள்ளது நட்பு !!!

வானமே நட்பின் எல்லை பூமியே நட்பினாலும் ,

உன் சுகங்களை வரவேற்கும் நட்பு அது

உன் சுமைகளையும் பகிர்ந்து கொள்ளும் நட்பு

வேறுபாடுகளை ஓடுக்கும் நட்பு நாம்

உயிர்களிடத்தே வைக்கும் நட்பு

மன அமைதியை அளிக்கும் நட்பு நாம்

அண்டை நாட்டுடன் வைக்கும் நட்பு

மனத்தூய்மைதனை கொடுக்கும் நட்பு நாம் இறைவனிடத்தே
கொண்டுள்ள நட்பு

ஆக நட்பின் மீது நட்புகள் உன் மனிதநேயத்தை பெருக்கிக் கொள்

<u>அவலங்கள்</u>

1. ஆயிரம் கொசுகளுக்கு திருமணம் ஆகும்

   முகூர்த்தம் ஆறு மணிக்கு

   இடம் ஆரம்ப சுகாதார நிலையம்

2. லஞ்சம் இல்லா உலகிற்கு செல்ல நினைத்தேன்

   ஆயிரம் ரூபாய் லஞ்சம் கேட்டார்கள்

   லஞ்சம் கொடுக்கும் பாதுகாப்பான இடம் கேட்டேன்

   நஞ்ச ஒழிப்பு நிலையத்திற்கு வர சொன்னார்கள்

3. புனிதமான காதலாம் தெய்வீக காதலாம்

   இவள் கணவனுக்கும்

அவன் மனைவிக்கும்

ஆண்அழகா

ஆயிரம் சூரியனை முகத்தில் பதித்தவனே

ஆயிரம் கோடி ஆண்களில் அழகானவனே

உன் கண்ணழகு பெண்களுக்கு கூட இல்லையடா

பௌர்ணமி நிலவில் கூட கரும்புள்ளி இருந்தால்,

அழகாக தெரியாது, ஆனால் உன் பௌர்ணமி முகத்தில் உள்ள மீசை
அழகின் எல்லை!!!

உன் மார்பு முடியை என் பஞ்சு மெத்தை

அந்த மெத்தை நினைகின்ற காரணமே நீயடா

உன் பிரகாசமே என் ஒளி விளக்கு !!

திருமணத்தை வெறுத்த பெண்ணையே மாற்றுபவனே திருமணம் என்று
இருந்தால் அது உன்னோடு இல்லையே என் உடல் மண்ணோடு

எனக்கு என்னை கணக்கு பண்ணினேன்டா

காதல் சொன்ன கணமே

மழைக் குளியலை கண்ட விவசாயி !!

தொலைத்த பிள்ளையை கண்டதாய் !!

போரில் வெற்றியுடன் திரும்பிய கணவனை கண்ட மனைவி !!

இவர்களை விட அதிகமான மகிழ்ச்சி என் மனதில் - நீ காதல் சொன்ன கணமே!!!

நூறு கோடி வருட தவத்திற்கு தந்த வரம் கிடைத்த கனத்தை விட மேலானது - நீ காதல் சொன்ன கணமே

தாய்மை உணர்ந்து இருப்பாள் உன் தாய் - நீ பிறந்த கணமே ,ஆண்மையை உணர்ந்தேன் நான் - நீ காதல் சொன்ன கணமே !!

7 கோடி வீரர்களின் உயிர் தியாகத்திற்கு கிடைத்த பரிசு சுதந்திரம் பெற்ற கணமே !!

என் ஏழு கோடி அணுக்களும் உன்னை சுமப்பதால் கிடைத்த பரிசு -- நீ காதல் சொன்ன கணமே

பறவைகளை விட மெலிதான பஞ்சை விட லேசானேன் காற்றை விட வேகமானேன் சந்திரனை விட அழகானீர் - நீ காதல் சொன்ன கணமே!!!

www.ingramcontent.com/pod-product-compliance
Lightning Source LLC
Chambersburg PA
CBHW051417130726
47989CB00007B/2975